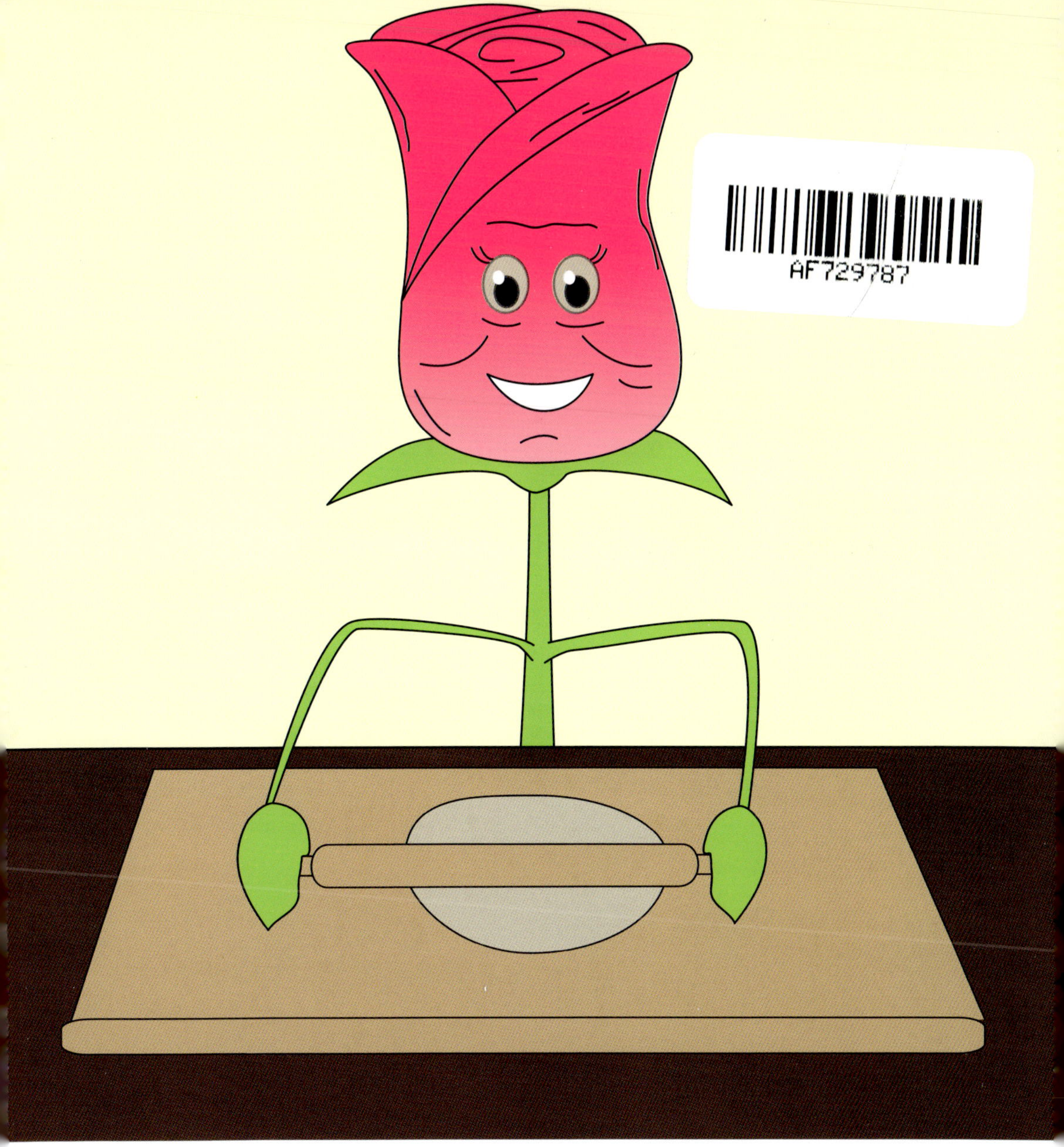

ਰੋਟੀ ਦਾ ਵੇਲਣਾ

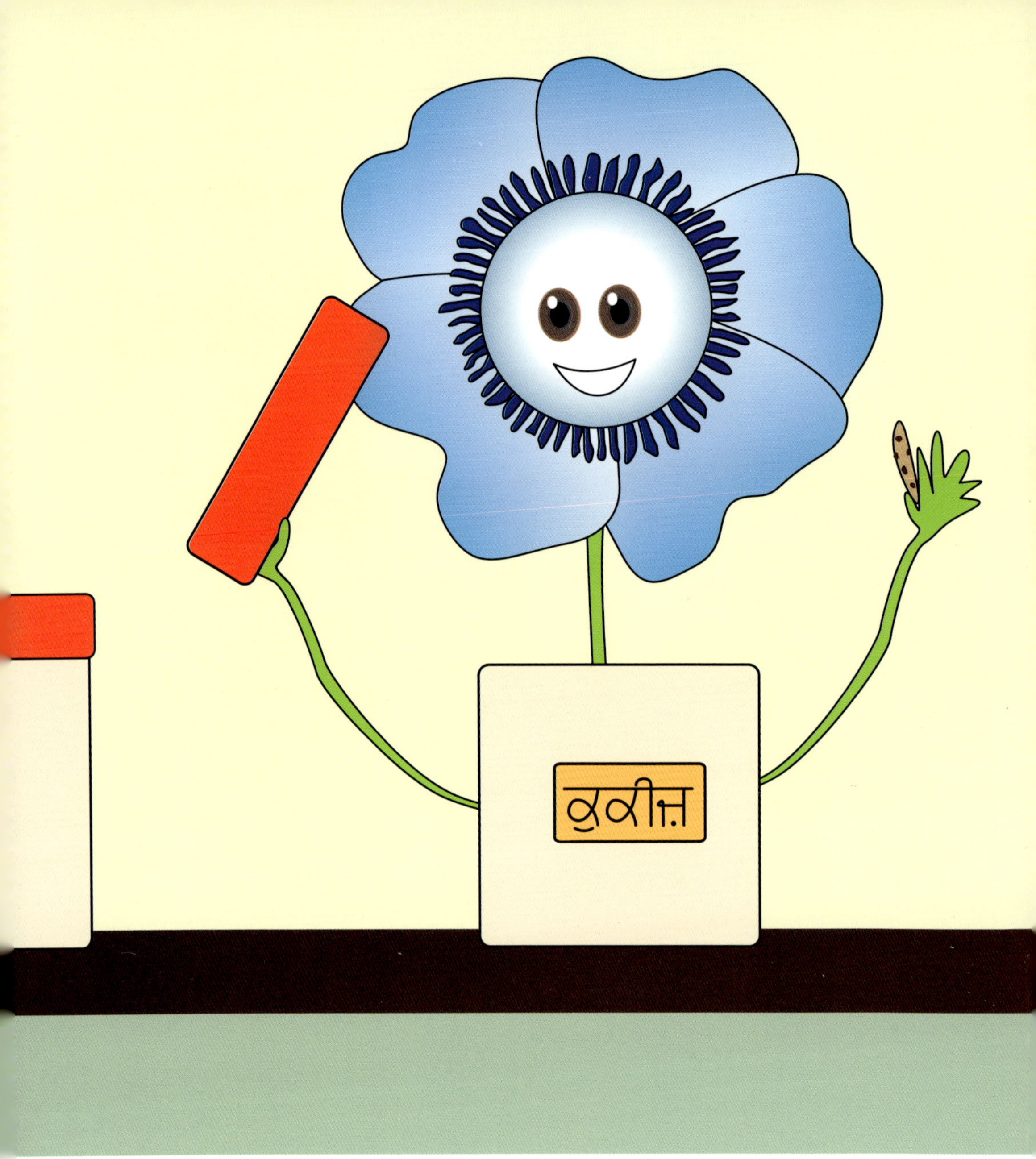

ਡੱਬੇ ਦਾ ਢੱਕਣ

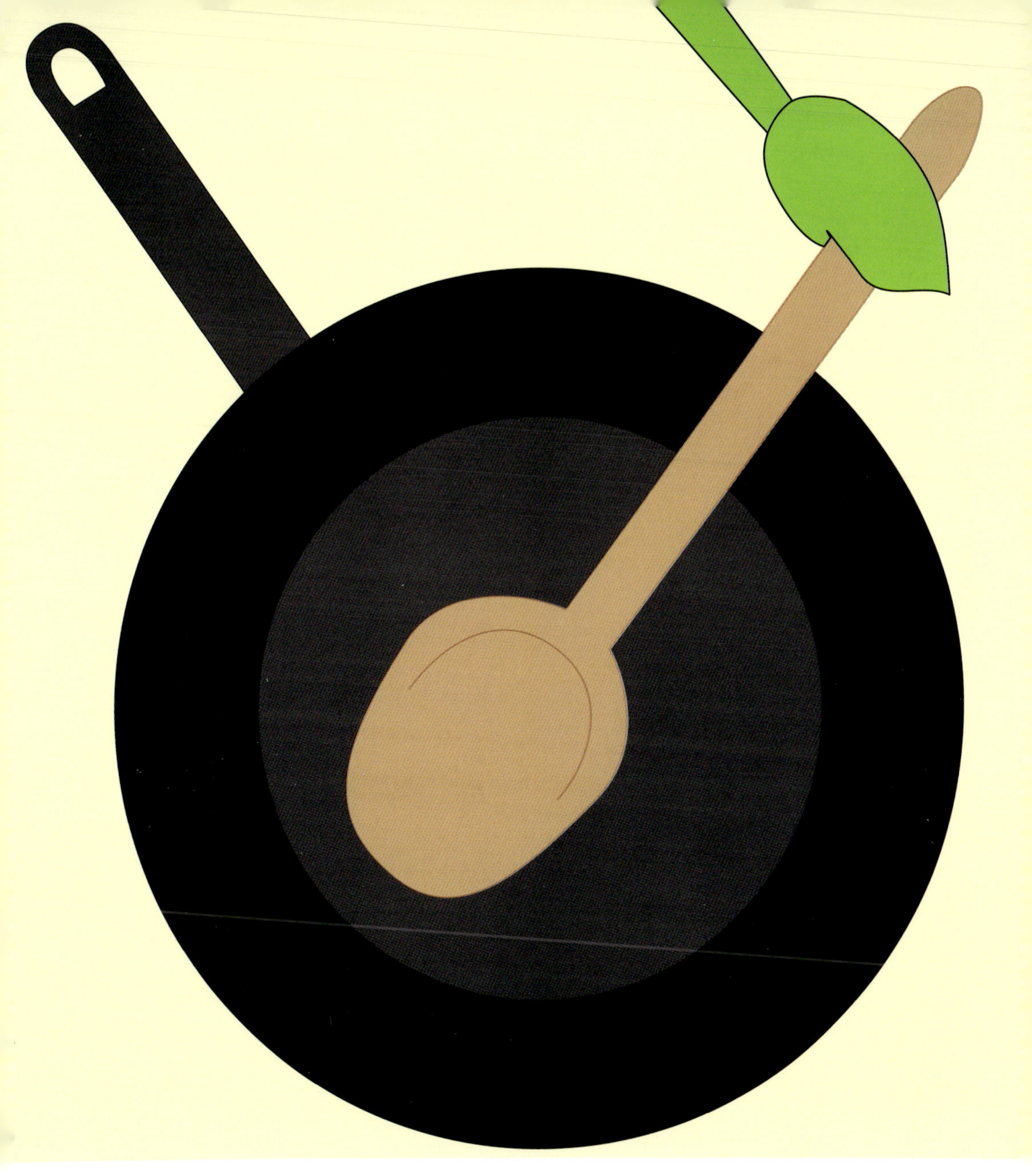

ਪਤੀਲੇ ਦੀ ਕੜਛੀ

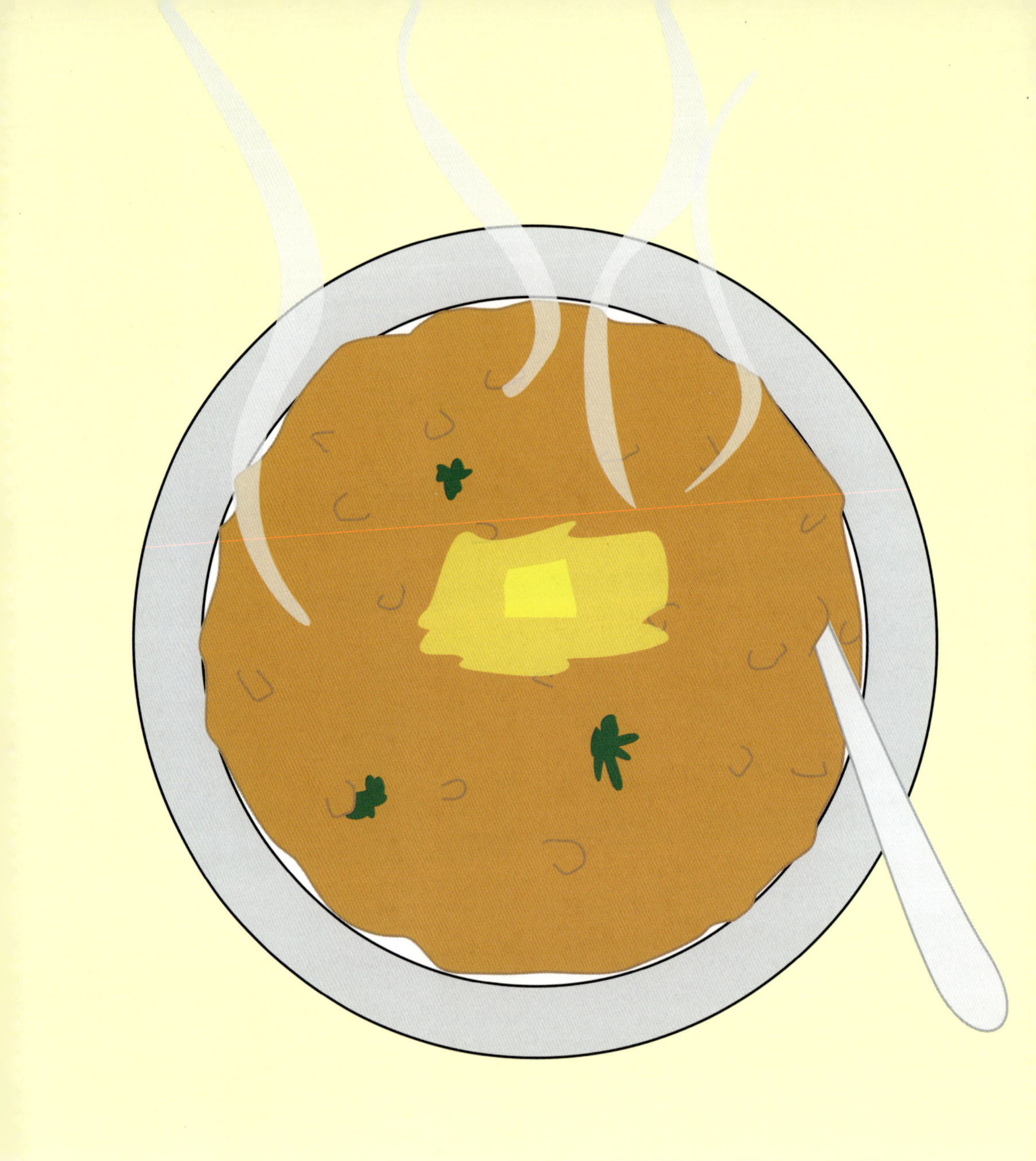

ਦਾਲ ਅਤੇ ਮੱਖਣ

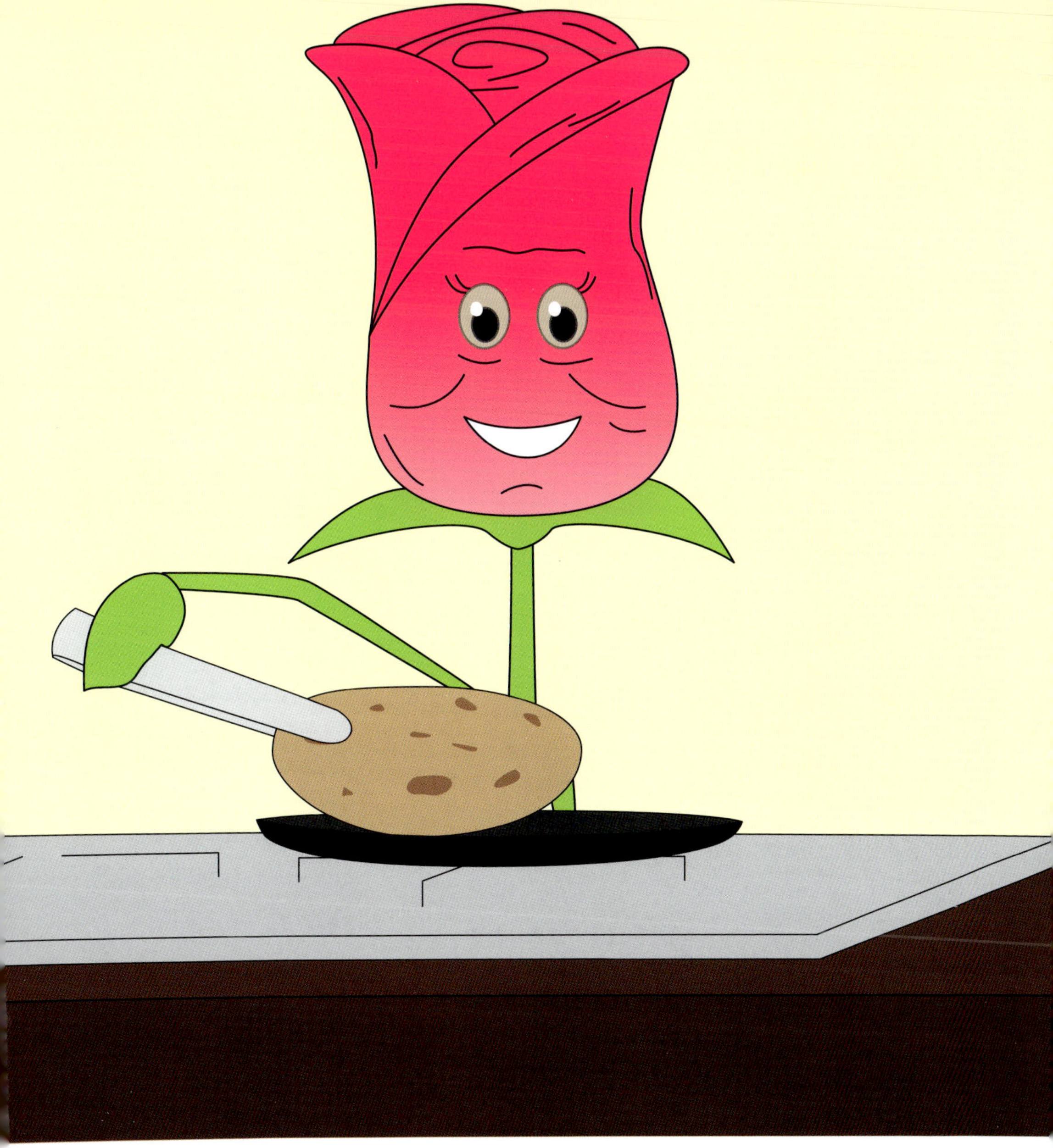

ਤਵੇ ਤੇ ਚਿਮਟਾ

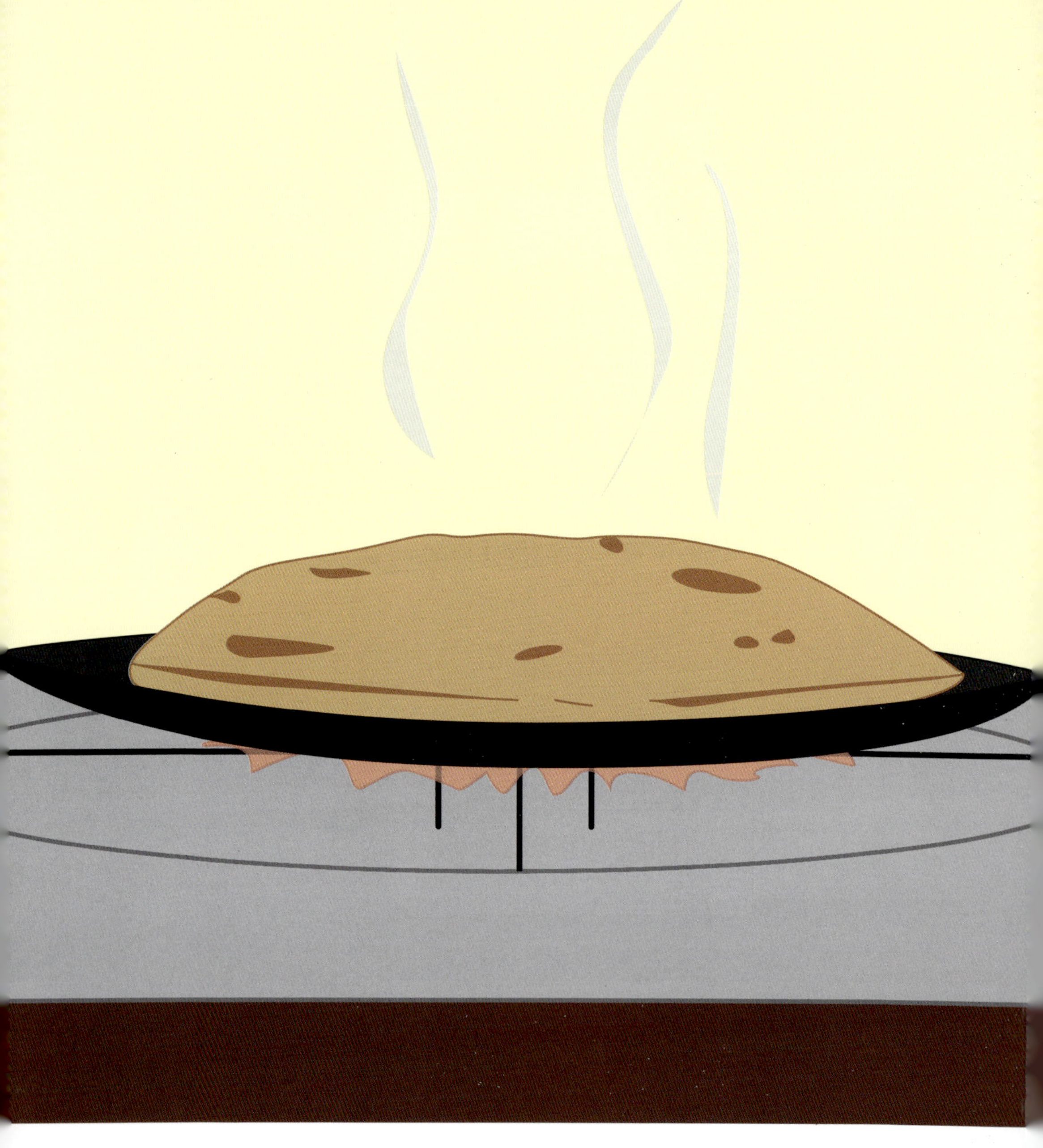

ਰੋਟੀ ਦਾ ਸੇਕ

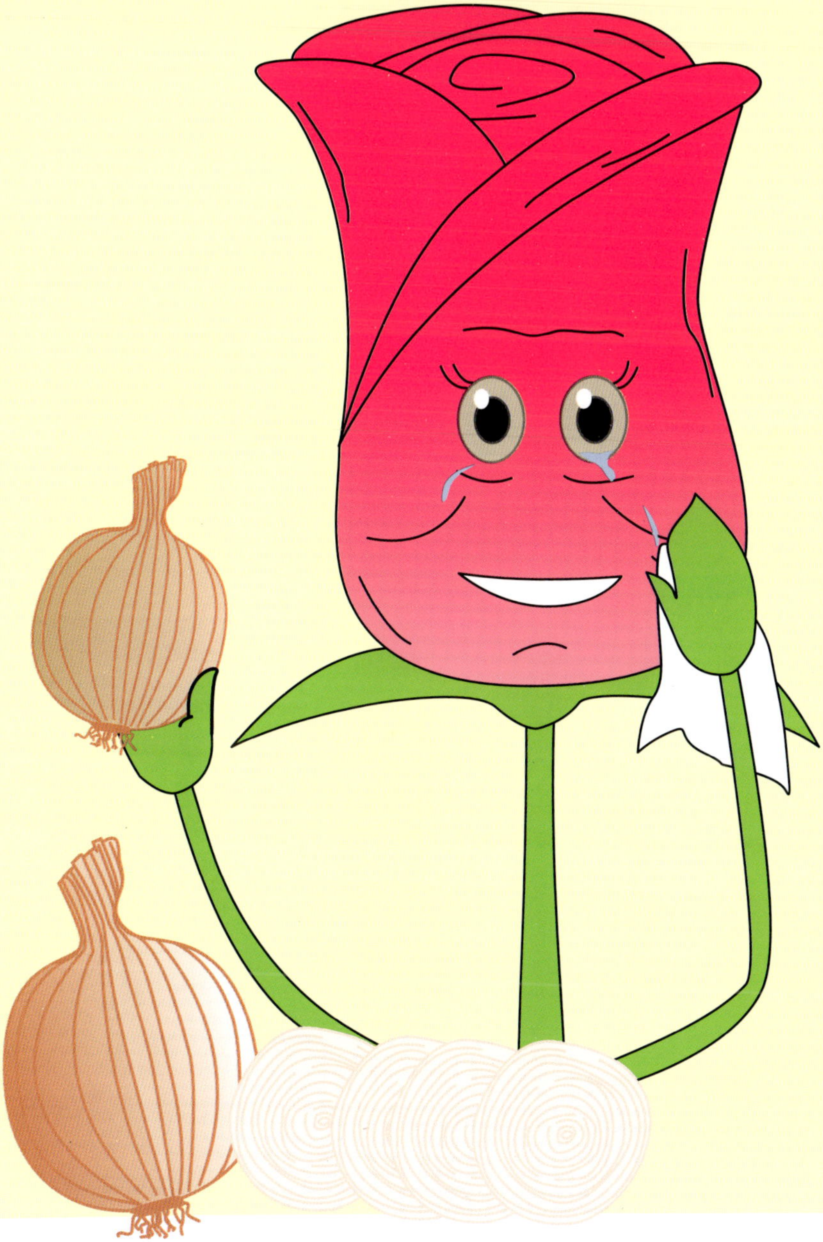

ਗੱਠੇ ਦੇ ਹੰਝੂ

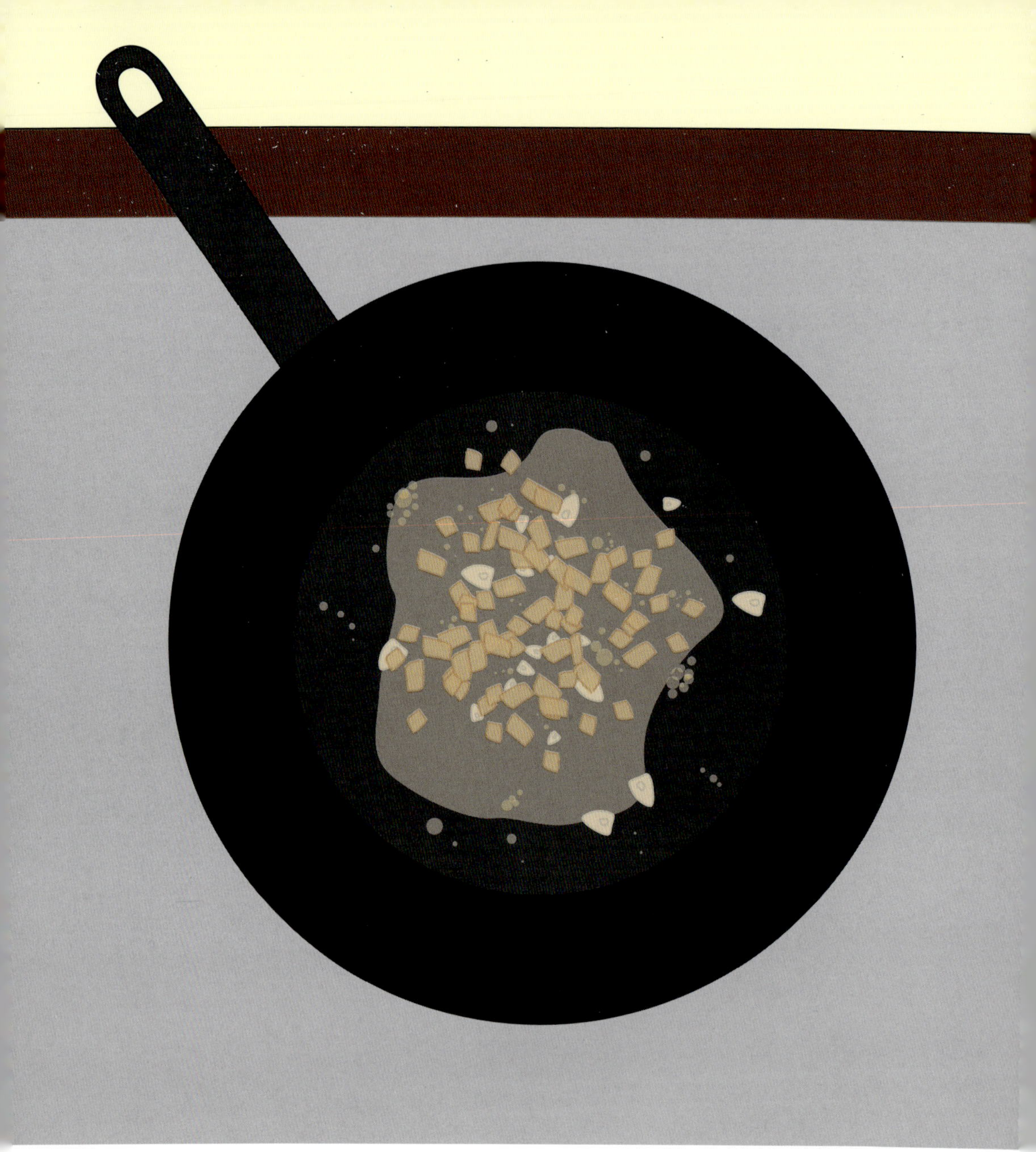

ਤੜਕੇ ਦੀ ਮਹਿਕ

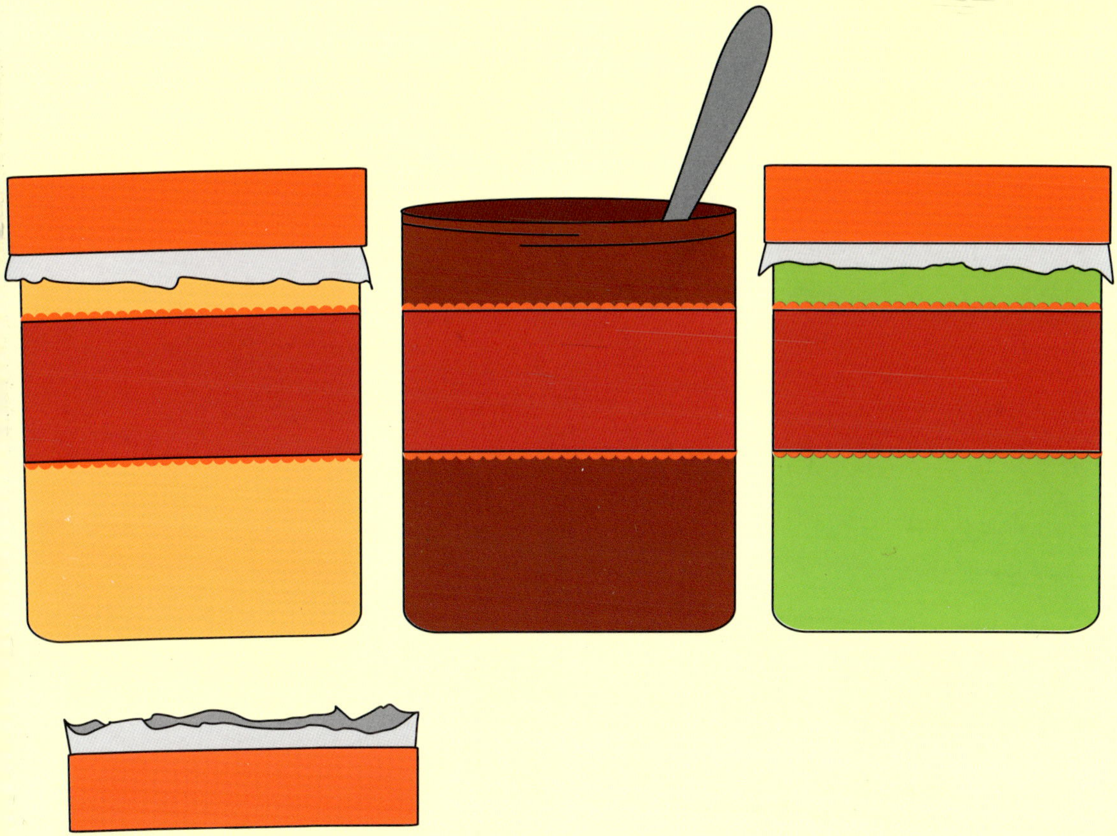

ਅਚਾਰ ਦੀ ਸ਼ੀਸ਼ੀ

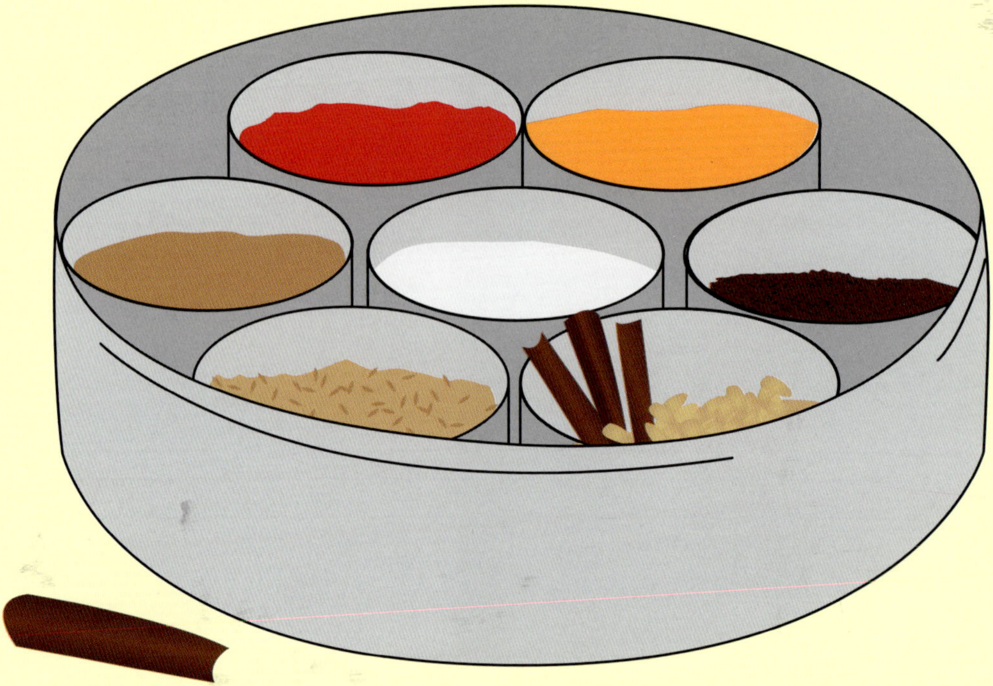

ਲੂਣ ਮਿਰਚ ਦਾਨੀ

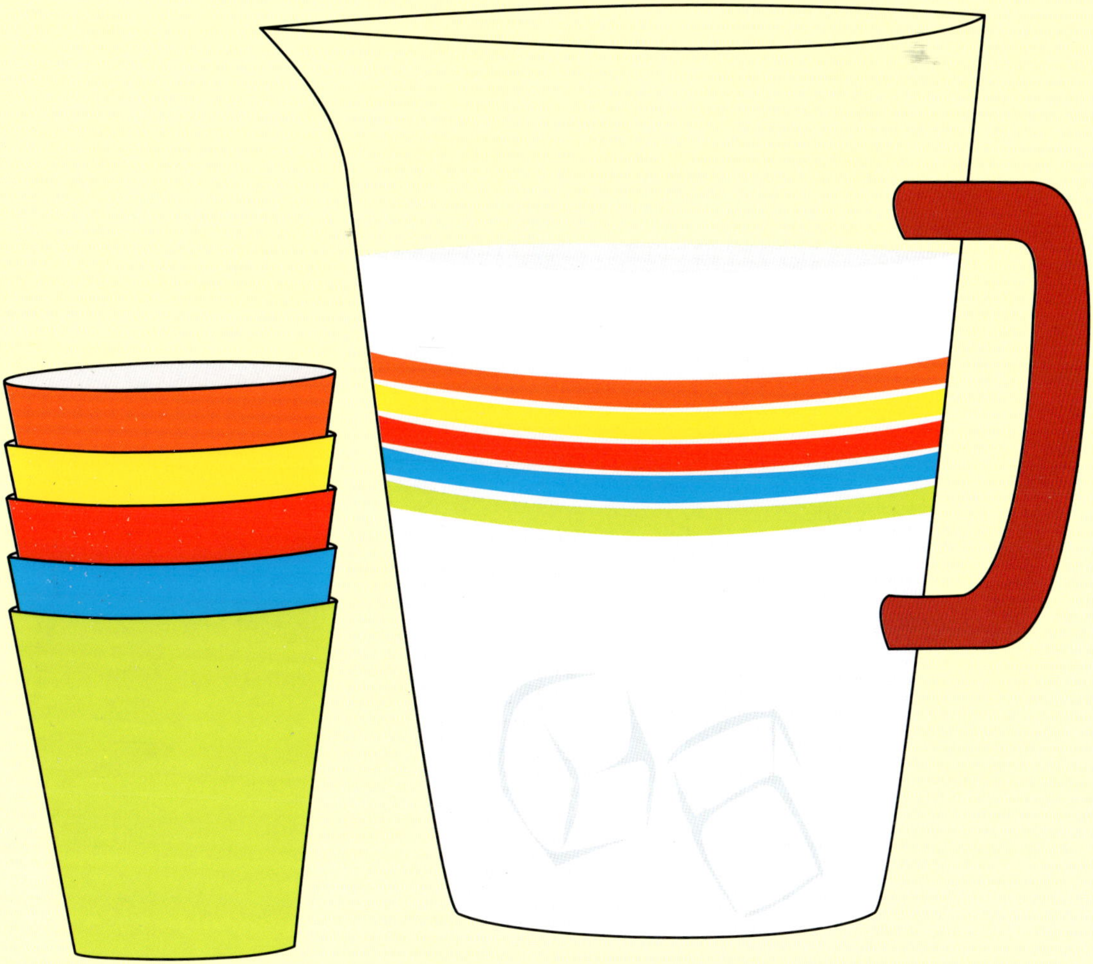

ਪਾਣੀ ਦਾ ਜੱਗ

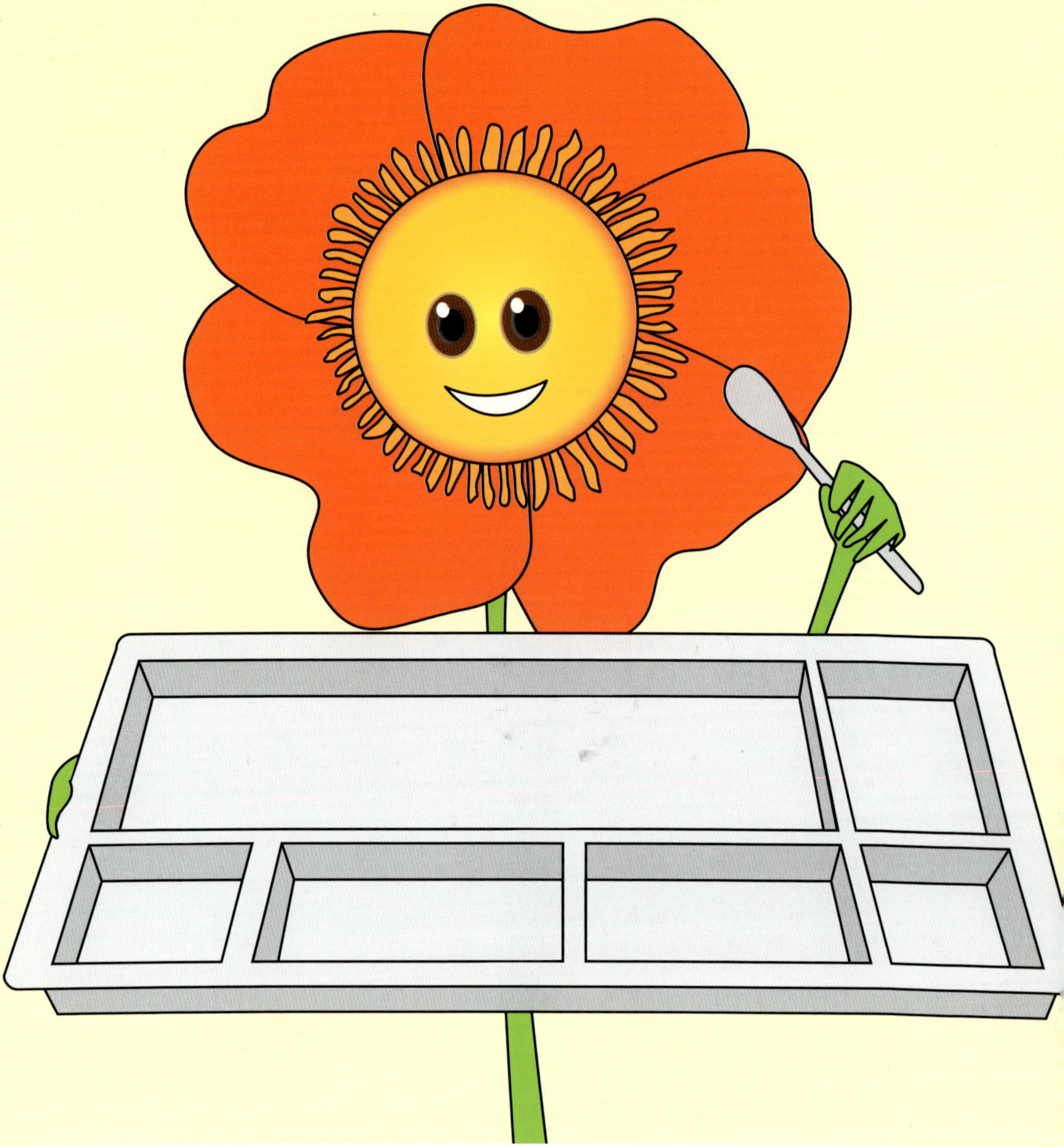

ਸਟੀਲ ਦੀ ਥਾਲੀ